அத்தை மகள்

வல்லிக்கண்ணன்

Title: Athai Magal

Author: Vallikannan

Language: Tamil

First Published on: 1951

Year of Publication: 2024

Book Format: Paperback

*Page Size: 6inch * 9inch*

Category: Fiction

Subject: Short Novel

No. of pages: 42

ISBN: 978-81-988585-7-3

Published by: Nilan Publishers, Madurai, Tamilnadu, India

பொருளடக்கம்

குறிப்புகளுக்காக

அத்தை மகள்

1

'ரத்னம்... ஏ ரத்னம்... ஏட்டி ரத்னம்... ஏளா, ஏவுளா ஏம்பிளா... ஏ ரத்னா.....-ரத்னாபாய்.. ரத்தினாம்பா... ரத்தினம்மா... ரத்னத்தம்மா... ஹொ ஹோஹோ - பேர்களைப் பாருங்கடா ஏட்டி யேட்டி ரத்தினோம்......'

'வவ்வவ்வே... வவ் வவ் வவ்... மோறையைப்பாரு. கொழுப்பு புடிச்சு அலையிதியோ? இல்லே, கேட்கிறேன். ஏட்டியாம். ஏன் சொல்லமாட்டே? ஏட்டியா மில்லா. இன்னமே சொல்லு பார்க்கலாம்.'

இரண்டு குரல்கள். முதல் குரல் ஒரு 'அவன்' . இரண்டாவது ஒரு 'அவள்'.

அவன் ஒரு பையன், பெயர் சுந்தரம். பதின்மூன்று: வயதிருக்கலாம். அவளுக்குப் பத்து வயது.

'சொன்னா என்ன செஞ்சிருவியாம்?' என்றான் அவன் ஜம்பமாக.

'இல்லே, சொல்லேன் பார்க்கலாம்' .

'சொன்னா என்னட்டி செஞ்சிருவே? ஏட்டி ஏட்டி ரத்தினேம்.. ஏ புள்ளே ரத்தினேம் ' என்று வாய்ப் பாட்டு ராகம் இழுத்தான் பையன். 'ஆனா ஆனா.ஆவேன்னா....

ஈன்னா ஈன்னா ஈயேன்னா' என்று பள்ளிக்கூடத்தில் தொண்டைகிழியக் கத்திக் கூப்பாடு போட்ட பழக்கம்கைவிட்டு விடுமா என்ன! அதிலும் அவளைக் கேலி செய்வதிலே அவனுக்குத் தனி மகிழ்வு.

அவள் அவனை கவனித்தாள். அவள் முகத்தில் கோபமும் சிரிப்பும் கொஞ்சி விளையாடின. புள்ளெயாம். ஏன் சொல்லமாட்டே? ஏன் ஐயாப்பிள்ளை, எதுக்காகப் புள்ளெயின்னு சொல்லுதே? நான் என்ன உங்க வீட்டுக்கு மோருக்கு வந்த புள்ளையா; தயிருக்கு வந்த புள்ளையா? பாலுக்கு வந்த புள்ளையா?... புள்ளையாம்! மோறையைப் பாரு. வவ் வவ்வே ' என்று ஒரு பாட்டம் பொழிந்து தள்ளிவிட்டு வாயைச் சுழித்து 'வலிப்புக் காட்டினாள்''.

சொன்னா என்னட்டி செய்வே? என்னமோ செஞ்சிருவேன்னியேட்டி, ஏட்டி!' என்று ரகளைப்படுத்தினான் அவன்.

ஊர்ப் பிள்ளைகள் 'தளபாடமாக'க் கற்று வைத்திருந்த கைச் சரக்குகளில் ஒன்றை உதறினாள் அவள். 'ஏட்டின்னா எட்டுப் பேரு கிட்டேக் கூட்டி விட்டுருவேன், ஒன்பது பேரு கிட்டே ஓட்டி விட்டுருவேன். தெரியுமா?' எங்கே ? என்று சத்தம்போட்டாள். பேச்சின் அர்த்தத்தைப் புரிந்து கொண்டு பேசவேண்டும் என்பது பெரியவர்களில் பலருக்குக்கூட பிடிபடாத வித்தையாக இருக்கும்பொழுது, அவள் பேச்சில் அர்த்தமிருக்க வேண்டும்; அதை அவள் சரியாக உணர்ந்து மிருக்கவேணும் என எதிர்பார்க்கக் கூடாதுதான்.

அவள் கத்தல் பையனின் உற்சாகத்தை தீயாக வளர்க்கும் பெட்ரோல். அவன் அட்டகாசம் பண்ணி தனது பெரும் ராகத்திலே பாட்டிழுத்தான் 'ஏட்டி யேட்டி ரத்தினோம்.....'

ரத்னம் செயலற்றுப் போனாள் என்பதை 'அம்மா! இந்தா பாரம்மா இவனை....-ஏட்டி யேட்டின்னு சொல்லிக் கேலி பண்ணுதான்' என்று சிணுங்கியது பிரகடனப் படுத்தியது.

அவள் தாய் சிரித்துக்கொண்டே வந்தாள். 'என்னட்டி கொலாங் கொலாங்குன்னு திண்ணையும் மண்ணும் புரியாம என்ன கத்துதே? என்ன?' என்று கேட்டாள்.

ரத்னம் அழுகை பாவம் பிடித்து சிணுங்கிக்கொண்டே சொன்னாள்; 'ஏட்டி ஏட்டின்னு சொல்லுதானம்மா அவன்'.

'சொன்னால் என்ன கெட்டுப்போச்சு?' என்றாள் தாய்.

அவன் அமர்க்களமாகச் சிரித்தான். ஒஹ்ஹொ ஹொஹோ...ஒஹ்ஹொஹோ......"

ரத்னத்துக்குப் பற்றிக் கொண்டு வந்தது. 'ஆமா, இவொ வந்துட்டோ. அவொ மருமகப்புள்ளே யல்லவா! மருமொவோப் புள்ளே! அதினாலே பரிஞ்சுக்கிட்டு வந்துட்டோ. வவ்வவ் !'

தாய்க்கு வேடிக்கையாகத் தானிருந்தது. அவள் சிரித்தாள். மகளுக்கோ வேதனை. 'இளியுங்க அம்மா நல்ல இளியுங்க. பல்லு முப்பத்திரெண்டையும் பளிச்னு காட்டிக்கிட்டு இளியுங்க. இஹறிஹின்னு. ஏட்டியாம்.

அப்ப நானும் சொல்லுவேன்.....-ஏலே. ஏலே ஏலே ஏலேய் ... ஏலெ சுந்தரம்.. ஏலெ ஏ அய்யா ஏ. ராசா சுந்தரோம்.:

'எட்டி அத்தானை அப்படிச் சொல்லலாமா?' என்று குறுக்கிட்டாள் தாய்.

'பத்தியா! அவ மருமகனுக்குத்தான் ஏண்டுக் கிட்டு வருவா, அத்தானாம், அவன் மட்டும் சொல்லலாம் போலிருக்கு பின்னே !'

'அவன் என்ன சொன்னான் ?'.

'சொன்னான் சோத்துக்கு உப்பு இல்லேயின்னு: ஒண்ணும் தெரியாதது மாதிரித்தான். ஏட்டியின்னான். புள்ளெயின்னான். ரத்னம், ரத்னாபாய் அப்டின்னுயெல்லாம் சொல்லலியோ?"

தகரக்கொட்டகையில் மழை பெய்ததுபோல் சட சட படபட வென்று பொரிந்து தள்ளினாள் அவள்.

அம்மா! அம்மா! காது செவிடாப் போகும் போலிருக்கு நீ கத்துற கத்து, மெதுவாகப் பேசேன்' என்று சொல்லி, காதுகளைத் தன் இரு கைகளாலும் மூடிக் கொண்டு. சிரித்தாள் தாய்.

'சொன்னா என்னன்னு கேளு, அத்தெ! அவ பேரு ரத்னமா இல்லையா?' என்று 'ஊடுபாவு' ஓட்டினான் சுந்தரம்.

'நீ பேசாம இரேன். உன்னையாரு கூப்பிட்டா இப்போ' என்று வாயடி அடித்தாள் சிறுமி.

நீயும் பேசாமல் இருக்க வேண்டியது தானே? என்று கனைத்தான் பையன். -

'வவ் வவ்.....'

'லொள் லொள் லொள்! புல் டாக்... ஏ குட்டி நாய்....உன் பேரு ரத்னமில்லாமே கொழுக்கட்டையா? பையனுக்கு சிரிப்பு தாங்க முடியவில்லை. கனைத்தான்.

அவள் உறுமினாள். 'நீ தாண்டா கொழுக்கட்டை. ஊசக்கொழுக்கட்டை சுந்தரம்-மந்தரம்-மாயக் கொழுக் கட்டை...மறுநாத்துப் பார்த்தா ஊசக்கொழுக்கட்டை!.... டோடோ. ஊசக்கொழுக்கட்டை ...டோடோ... டோடோ...'

அவன் சும்மா யிருப்பானா ?

'அத்தை மக ரத்தினம்
பத்து இட்லி தின்பாளாம்!
பத்து இன்னும் கிடைச்சாலும்
அத்தனையும் தின்பாளாம் !
எத்தனை இட்லி இருந்தாலும்
அத்தனையும் மொக்குவா
அத்தை மக ரத்தினம்!'

ரத்னத்திற்கு அழுகை வந்துவிட்டது. 'அம்மா, பாரம்மா' என்றாள் இழையும் குரலில்,

'நீயும் தான் பதிலுக்குப் பதிலு பேசினியே இப்ப ஏன் அழுதே?' என்று சமாதானப்படுத்தினாள் அன்னை..

சுந்தரம் சொன்னான் : 'அழாதேம்மா கண்ணு. அழாதே அழாதே-அழுகுணிப் பழம் வாங்கித்தாரேன்'

அவள் சகல சமய சர்வ வீச்சும் பாணமான 'வவ் வவ்வே-... வவ்வவ்' என்பதைத் தான் பிரயோகிக்க முடிந்தது.

'இத்தனை நேரம் கத்தினாளே. இப்ப ஏன் அழ ஆரம்பிச்சா? என்ன சண்டை?' என்று கேட்டபடி வந்தாள் பக்கத்து வீட்டுச் சித்தி.

சண்டை என்ன சண்டை! அத்தை மக அம்மான் மகன் இப்படி இசலிக்கி சலிக்கிட்டுத்தான் கிடக்கும். சிறுவயசு தானே' என்று பூரித்துப் போனாள் தாய்.

'ஆமாமா,'----இது சித்தி.

அவள் தொடர்ந்து தன் கருத்தைச் சொன்னாள்: 'என்ன இருந்தாலும் இவளுக்கு வாய் அதிகம் அம்மா. வாயி வாயி எட்டு வீடு இடம் கொள்ளாது, அவ்வளவு கிழியுது.'

அழுவதுபோல் பாசாங்கு பண்ணிக் கொண்டிருந்த பெண் ஆங்காரமாகத் தலை நிமிர்த்திக் கத்தினாள் : 'ஆமா, உங்க வீட்டிலே வந்து இடம் கேட்டமாதிரித் தான். இவொ வந்துட்டோ பெரிய மனுஷி. ...'

சித்தி சிரித்தாள். அம்மை சிரித்தாள். அவன் சிரிக்க அவளும் சிரித்தாள். அவள் போக்கு எல்லோருக்கும் சிரிப்பையே தந்தது.

'ஹேஹே! அழுத புள்ளெயும் சிரிச்சுதாம்; கழுதைப்பாலையும் குடிச்சுதாம். ஹே ஹே' என்று தான் கற்றிருந்த பாடத்தைக் கக்கினான். 'காற்றுள்ளபோதே தூற்றிக் கொள்ளத் தவறாத பையன்.

அவள் அவனை அடிக்க விரைந்தாள். அவன் கத்திக்கொண்டே ஓடினான். அவளும் துரத்தியபடி பின்சென்றாள். -

'பெரிய வாயாடி' என்றாள் தாய்.

'சிறுசு தானே. வயசு வந்தால் தானாகவே சரியாகி, தங்கக் கம்பியாகி விடுவாள்' என்று 'பூச்சுமானம்' செய்தாள் சித்தி.

அது அந்தக் காலம்!

'அந்தக் காலம்' என்றால் என்ன கணக்கில் அடங்காத ஆண்டுகளா ஓடி மறைந்து விட்டன? இல்லையே ஆறேழு வருஷங்கள்----அதிகம் போனால், எட்டுவருஷம்---போயிருக்கும்.

எட்டு வருஷங்கள் என்றாலும் அற்பமல்ல. ஒவ்வொருவர் வாழ்விலும் எத்தனையோ மாறுதல்களை ஏற்படுத்தியுள்ளது காலம். ரத்னம் எவ்வளவு மாறிப்

போனாள், பாவாடையை அவிழ்த்து அவிழ்த்துக் கட்டிக்கொண்டு---மறுபடியும் அவிழ்த்து, சரியாகக் கட்டாமல் நாடாவைக் கையிலே பிடித்துக்கொண்டு எதையாவது கத்தியபடி நடுத்தெருவிலே 'கழுதைக் கூத்து' பண்ணத் தயங்காத வாயாடிச் சிறுமி தானா இன்றையப் பேசமடந்தையாக---ஆளைக்கண்ட உடனேயே அடுப்பங்கரையில் போய் பம்மும் பொம்மையாக---வளர்ந்திருப்பது? நம்ப முடியவில்லை.

சுந்தரத்தால் நம்ப முடியவில்லை தான். எட்டு வருஷங்களுக்குப் பிறகு அத்தை வீட்டுக்கு வந்திருந்தவன் இதை எதிர் பார்க்கவில்லை. பரட்டைத் தலையும் பாவாடையும் கூப்பாடுமாகக் குதியாட்டம் போட்டுத் திரிந்த சிறுமி 'கோவேறு கழுதையாக' வளர்ந்திருக்கும் என்று தான் எண்ணினான். அதனால் முதன் முதலில் அவன் பார்வையில் பட்டு பளிச்செனப் பாய்ந்து மறைந்த பாவைதான் முன்னாள் வாயாடி என்பதைப் புரிந்து கொள்ள அவனுக்குக் கொஞ்சம் சிரமமாக யிருந்தது. அவள் வேறு யாரோ என்று கூட நினைத்து விட்டான். ரொம்ப நேரமாக அத்தை மகள் எதிர்ப்படவே யில்லை. சத்தத்தையும் கேட்க முடியவில்லை என்றதும் அவளைப் பற்றி அத்தையிடம் கேட்கலாமா வேண்டாமா என்று ஆலோசனை செய்து பின் கேட்டே தீர்த்தான்.

'என்ன அத்தை, ரத்னத்தை எங்கே காணோம்? சௌக்கியமா இருக்கிறாள் அல்லவா? மூச்சுப் பேச்சு காணோமே !'

அத்தை சிரித்தாள். 'நீ வாசலில் வந்து இறங்கியவுடனேயே அடுப்பங்கரைக்குப் பறந்தோடிப்

போயிட்டாளே அவ ! திண்ணையிலேயே நின்னுக்கிட்டிருந்தா, திடுதிடுன்னு அங்கே ஓடி வரவும் என்னட்டி ஏன் இன்னு கேட்டேன். அத்தான்.... அத்தான் வந்தாச்சு என்றாள். உடனேதான் நான் இங்கு வந்தேன்' என்றாள்.

மின்னல் போல் தோன்றியவளா ரத்னம்! அடாடா! அவன் கவிதை யுள்ளம் முனகியது---

'இத்னி போலே கிடந்த புள்ளெ
எத்தாப் பெருசா வளர்ந்துட்டு......ஏ
எத்தாப் பெருசா வளர்ந்திட்டு (னு) !'

இப்பொழுது அவளைப் 'புள்ளெ' என்று சொல்ல அவனுக்குத் துணிச்சல் இல்லை! அவன் பழைய ரத்னத்தைப் பற்றி---தானும் அவளும் ஆடித் தீர்த்த சண்டைகளைப் பற்றி----ஒரு கணம் நினைத்தான்.

அவன் பேசாமலிருப்பதைக் கண்ட அத்தை கேட்டாள் : 'ஆமா, நீ அவளைப் பார்க்கலியா பார்த்தும் அடையாளம் தெரியலையோ? ரொம்ப வருஷமாச்சு, ஏழெட்டு வருஷமிருக்காது ?" 'ஊம், ஆச்சு....அது சரி. என்னைக் கண்டு அவ ஏன் அப்படி. ஓடினா? பயமா ? என்று விசாரித்தான் சுந்தரம்.

'பயமாவது! அத்தானைக் கண்டதும் வெட்கமாயிராதா அவளுக்கு? பழைய ரத்னம்னு நினைச்சுக்கிட்டியா? அவ இப்போ ரொம்ப மாறிப் போனா.... ரத்னம்..ஏ ரத்னம்.......

தாய் அழைத்தாள். ஆனால் அவள் முன் வந்தால் தானே ! எதிர்பார்த்து விழி திறந்திருந்த அவனுக்கு ஏமாற்றம்தான் ஏற்பட்டது. காதுகள் கைவளைக் கல கல ஒலியை இழுத்து அறிவித்தன. கண்கள் அதிர்ஷ்டம் செய்யவில்லை போலும் ! அவள் எந்த மூலையிலோ, அல்லது ஜன்னல் மறைவிலோ, நின்று தன்னைக் கவனித்துக் கொண்டிருக்கிறாள் என்பது அவனுக்கு நன்கு தெரிந்தது. எனினும் அவள் உருவம் அவன் கண்களுக்குத் தெரியவில்லை.

'சரி. நேரமாகுது. காப்பி சாப்பிடவா. தோசை காப்பி யெல்லாம் சாப்பிட்டுவிட்டு அப்புறம் சாவகாசமாக் குளிக்கலாம்' என்று சொல்லி உள்ளே போனாள் அத்தை.

அவனும் போனான். அடுப்பங்கரையில் தானே இருப்பாள்; இப்பொழுது சந்தித்து விடலாம் என்ற நம்பிக்கை பிறந்தது அவனுக்கு. பயனில்லை. அங்கும் ஏமாற்றமே!

'எந்த இருட்டிலே பம்மிட்டா அவ? முன்னைப் போலே இல்லை தான். உம் ரொம்ப ரொம்ப மாறிப் போனா ரத்னம்; அப்ப பார்த்தேனே, ஆனா நல்லாப் பார்க்கலே. அழகா, ஜோராத்தான் வளர்ந்திருக்கா' என்று மனம் புலம்பிக் கொண்டிருந்தது.

முன்பு--அவன் சிறுவனாகத் திரிந்தபோது; அவளும் கேலி பேசியும் கேலிக்கு உள்ளாகியும் அலைந்த சின்னப் பெண்ணாகயிருந்தபொழுது---அவன் கத்தியது உண்டு. அவளையும், அவனையும் ஒன்றாகப் பார்க்கும் போதெல்லாம் மற்றச் சிறுவர்களும் சிறுமிகளும் கத்தியது உண்டு. 'அஞ்சும் மூணும் எட்டு ; அத்தை

மகளைக் கட்டு' என்றுதான். இதைக் கேட்டு அவள் சீறுவாள். அம்மாவிடம் சொல்வாள். அத்தையோ சொன்னா என்ன? யாரு சொல்லுதா? உன்னைக் கட்டிக்கிடப் போறவன்தானே சொல்லுதான்' என்பாள். அவள் மற்றவர்களிடம் அடிக்கடி சொல்லி மகிழ்ந்திருக்கிறாள். 'ரத்னமும் சுந்தரமும்தான் பொண்ணு மாப்பிள்ளை. நல்ல பொருத்தம்' என்று.

இப்பொழுது சுந்தரத்துக்கு வேடிக்கையான ஆசை எழுந்தது. கூவ வேண்டும். 'ஏ. ரத்னம்..ஏட்டி ஏ. ரத்னம்! ஏ புள்ளெ ரத்தினோம் என்று சின்ன வயசிலே கத்தி ரகளைப் படுத்தினானே அது மாதிரிக் கூச்சலிட வேண்டும். அத்துடன் 'அஞ்சும் மூணும் எட்டுதான் அத்தை மகளைக் கட்டுவான் என்று சொல்லி அவளைப் பிடித்து இழுத்து.......

மனசிலே எண்ணி விடலாம். ரொம்ப சுலபம். ஆனால் அப்படியே செய்து காட்ட முடியுமா? அதற்கு அவனிடம் துணிச்சல் தான் உண்டா ?

ஆகவே, அவனால் அப்போது வெற்றிகரமாகச் செய்து முடிக்கக் கூடிய சாப்பிடும் அலுவலை கவனிக்கச் சென்றான் சுந்தரம். -

பட்டுடைச் சரசரப்பு காதில் விழுந்தது. இனிய வாசனை அலைகள் மிதந்து வந்தன. வளைகள் கலகலத்தன. அவன் ஆர்வமாகத் திரும்பித் திரும்பிக் கவனித்தான். பாவம் துரதிர்ஷ்டம் பிடித்தவை தான் அவன் கண்கள்! அவன் அவ்விதமே நினைத்தான். ஏனெனில் அத்தை மகள் ரத்தினத்தின் அழகான நிழலைக்கூடப் பார்க்க முடியவில்லையே!

2

ரத்தினத்துக்கு இப்போது, வயது பதினெட்டு. அழகாக வளர்ந்திருந்தாள். 'மூக்கும் முழியுமா, நல்ல சிவப்பு ரெட்டாக் கிளிபோலே' என்று அம்மையார்கள் பலரும் கண்டு மகிழ்ந்து போகும்படி வளர்ந்திருந்தாள். அத்துடன் ஆளே மாறி போய்விட்டாள்.

பாவாடை கட்டி 'காதரை கூதரை மாதிரி'----இப்படித்தான் அவள் தாய் அடிக்கடி கத்துவாள். அதன் அர்த்தம் மகளுக்குத் தெரியாது. அம்மாளுக்கே தெரிந்திருக்குமோ என்னவோ, அது நமக்குத் தெரியாது! - ஊரைக் குட்டைப் புழுதி பண்ணித் திரிந்த 'சின்னப் புள்ளே' சேலை கட்டும் குமரியாக மாறியதும் ஆடையிலும் உருவத்திலும் பெற்ற மாறுதல்களை குணத்திலும் பெற்று விட்டாள் என்றுதான் சொல்ல வேண்டும்.

தகர டப்பாவில் கற்களைப் போட்டுக் குலுக்குவது போல் ஒலி எழுப்பிச் சிரித்த பெண்ணிடம் இப்போது மெல்லிய கிண்கிணிச் சிரிப்பு குடிபுகுந்திருந்தது. பேய்க் காற்று போலக் கதறிக் கூச்சலிட்டவளிடம் இனிய நீரோடைச் சலசலப்பு போன்ற பேச்சைத்தான் இன்று கேட்க முடிந்தது. 'அவுத்து விட்டதுதான் கன்றுக் குட்டி, எடுத்து விட்டதாம் ஓட்டம்' என்று ஊளையிட்டபடி குதித்துக்கொண்டு ஓடியவளிடம் இப்போது குதிப்பையும் கூத்தாட்டத்தையும் காண முடியாது. அவள் நடையிலே ஒரு துள்ளல் இருந்தது. அசைவிலே ஒரு துடிப்பு உண்டு. நிற்கும் நிலையிலே ஒரு மிடுக்கு உண்டு. பார்க்கும் தினுசிலே ஒரு எடுப்பு இருந்தது. ஆனால்

அனைத்திலும், இன் கவிதையில் காணப்படும் கட்டுக் கோப்பு இருந்தது. வெறித்தனம் இல்லை.

பழைய பாவாடை ரத்னம் எடுத்ததற்கெல்லாம் 'வவ்.....வவ்' உதிர்த்து வாழ்ந்தாள் என்றாள் பருவப் புதுமையில் மோகனமாய்த் திகழ்ந்த ரத்னத்தின் பழச்சுளை உதடுகள் அடிக்கடி ஹூஹூங்....ஹிஹூங்.....ஹி..ஹூங்' என்று மணிச் சிரிப்பைத்தான் சிந்தின.

ஆமாம், அவள் ரொம்பவும் மாறிப் போனாள். அத்தான் சுந்தரம் நினைத்தது மெத்தச் சரிதான் !

இல்லையெனில் அவள் மறைந்து நிற்பாளா? அவனை அவள் மறந்துவிடவில்லை. எப்படி மறக்க முடியும்? வேலையற்ற வேளைகளில் எல்லாம்---அந்த நேரம் அவளுக்கு மிக மிக அதிகமாகவே இருந்தது---- அத்தானைப் பற்றி, சுந்தரம் சின்னப்பயலாகத் திரிந்தபோது நடத்திய 'லூட்டி'களைப் பற்றி, தன்னை அவன் அழ அழக் கேலி செய்ததைப்பற்றி யெல்லாம் எண்ணி எண்ணிக் களிப்பாள். உள்ளத்து முற்றத்திலே நினைவுக் கோலங்களிட்டு, அழித்து அழித்துப் புதிதாகத் தீட்டித் தீட்டி மகிழ்ந்து போவது அவளுக்கு இனிக்கும் பொழுது போக்கு. இளம் பிராய நினைவுகள் வர்ணம் காயாத புத்தம் புதிய ஓவியங்கள் போல் பளிச்சிடும் அவள் மனதிலே.

'அழ வைத்தால்தான் என்ன ? அவன் செய்த குறும்புத்தனங்கள் எனக்கு சந்தோஷம் தரப் போய்த் தானே அவன் கூட சண்டை போட்டுக்கொண்டே விளையாடித் திரிந்தேன். அவன் ஊருக்குப் போனதும்

எனக்கு என்னவோ மாதிரிப் போய்விட்டது. பொழுது போகவில்லை. என்ன செய்வதென்றே தெரியாமல் அங்கேயும் இங்கேயும் திரிந்து, கடைசியில் அலுத்துப்போய் படுத்துத் தூங்கியிருக்கிறேன் எத்தனையோ நாட்கள். அவனுக்குக் குறும்புத்தனம் ஜாஸ்தி. அதனாலென்ன ? ரொம்ப நல்ல அத்தான்.... ....”

இவ்விதம் நினைக்கும் போதெல்லாம் ரத்தினத்தின் முகம் சிவந்து விடும். அதற்குக் காரணம் உண்டு. ஒரு சமயம் சுந்தரம் தனியாக உட்கார்ந்திருந்தான். ஏதோ படித்துக் கொண்டிருந்தான். ரத்தினம் வந்தாள். அவனைக் கவனித்தாள். என்ன நினைப்பு வெடித்ததோ! அவன் பக்கத்தில் போய் நின்றாள். அவனது முகத்தை, எடுப்பான மூக்கை, கறுக மணிக் கண்களை, சிரிப்பு பிறக்கலாமா வேண்டாமா என்ற துடிப்போடு காணப்பட்ட உதடுகளைப் பார்த்தாள். அவன் மௌனமாக அவளைப் பார்த்தான். ஏனோ கேலி செய்யவில்லை. என்ன வேணும் என்று கேட்கவில்லை. 'இவர் ஒரு அத்தான், இவர் நல்லவர், ரொம்பவும் நல்ல அத்தான்' என்றாள். பள்ளிக்கூடப் பாடப் புத்தகத்தில் 'கண்ணன் தின்னும் பண்டம் என்ன? கண்ணன் தின்னும் பண்டம் வெண்ணெய்' என்று நீட்டி இழுத்துப் பாடம் படிப்பதுபோல் சொன்னாள் அவள். சொல்லும்போதே அவனது மூக்கைத் தன் சின்னஞ் சிறு விரல்களால்--- தங்கரளிப் பூ மொட்டுகள் போன்ற விரல்களினால்--- அன்பாகப் பற்றினாள் அவன் விளையாட்டாகச் சிரித்தான். அன்று ஏனோ 'அவனுக்கு அவளது கன்னத்தில் ஓங்கியறைந்து பன் ரொட்டியாக்கி விடவேனும் என்ற எண்ணம் வரவில்லை. அவளது மென் கன்னத்தை 'பன்' போல் வீங்க வைக்கிற கலை கைவந்தவன் தான். ஆனால் அன்று கை வண்ணம் காட்டும் எழுச்சி அவனுக்குப்

பிறக்கவில்லை ! 'இவர் ஒரு அத்தான். இவர் ரொம்ப நல்லவர்' என்று மீண்டும் பாடம் படித்த சிறுமி அவன் மீது சாய்ந்து 'பளிச்' என்று முத்தமிட்டாள்' அவன் கன்னத்திலே. அவன் அதை எதிர் பார்க்கவில்லை. திடுக்கிட்டவன் தன்னைச் சுதாரித்துக் கொள்வதற்குள் அவள் சிரித்தபடி ஓடிப்போய் விட்டாள்.

அப்பொழுது அவள் ' அறியாச் சிறுமி ' என்று சொல்ல முடியாது. இந்தக் காலத்துப் பெண்கள் இரண்டு மூன்று கூடிவிட்டால் என்ன எழவைப் பற்றிப் பேசிச் சிரித்து விளையாடி மகிழ்ந்து போகின்றன, தெரியாதா! சுந்தரம் அதை நன்கறிவான். 'மூதி! கண்ட புள்ளேகளோ டெல்லாம் சேர்ந்து........ அவனுக்கு எரிந்து விழுந்து ஏச வேணும் என்ற ஆசை பிறந்தது. ஆனால் பாதியிலேயே மக்கி விட்டது. அவள் போக்கு அவனுக்கு இனிமையும் மகிழ்வும் கொடுத்தது. அவளை அவன் குறை கூறவில்லை. அதைப்பற்றி யாரிடமும் சொல்லவுமில்லை.

இச்சம்பவம் என்றுமே குமரி ரத்தினத்தின் இன்பக் கனவுக்கு எண்ண ஊற்று. அதை நினைத்ததுமே அவள் கன்னங்கள் ரத்தச் சிவப்பு கொள்ளும். செவ்விய இதழ்களில் சிறு நகை பூக்கும். கண்களில் ஒளி துள்ளும், தன்னையாரும் கவனிக்கவில்லேயே என்று அப்படியும் இப்படியும் திரும்பிப் பார்த்துக் கொள்வாள். தனியாக இருந்தாலும்கூட, தன்னை எவரேனும் பார்த்து விட் டார்களோ என்ற தவிப்பு எழும் அவளுக்கு. சிலசமயம் அவள் அகப்பட்டுக் கொண்டாள். அதனால்தான். தன்னிலே தானேயாகி, தன் நினைவில் மகிழ்ந்து போன போது அவள் சூழ்நிலை மறப்பது இயல்பு. அவளேயே கவனித்திருந்த அன்னை கேட்டு விட்டாள். 'என்னட்டீ ?

என்ன நீயே சிரிச்சுக்கிடுதியே?' அவள் என்னத்தைச் சொல்வது? ' ஒண்ணுமில்லே ' என்றாள். 'ஒண்ணுமில்லாமலா சிரிச்சே? ஒண்ணுமில்லாமச் சிரிக்கதுக்கு உனக்கென்ன பைத்தியம் புடிக்க ஆரம்பிச்சுட்டுதா?' என்று கேட்டாள். நல்ல வேளையாக அவள் படித்த கதை கைகொடுத்தது. 'ஒரு கதை அம்மா காலேயிலே படிச்சது. இப்ப நினைப்பு வந்தது. சிரிச்சிட்டேன்' என்று சொல்லிச் சமாளித்துக் கொண்டாள். அன்றிருந்து ஜாக்கிரதை எனும் பண்பு அவளை விட்டுப் பிரியாத நல்ல துணையாகப் பற்றிக்கொண்டது !

அந்நிகழ்ச்சிக்குப் பிறகு--சின்னஞ்சிறு வயதினிலே தன் கன்னஞ் சிவக்க அவன் முத்தமிட வேண்டுமென எதிர்பார்த்து எதிர்பார்த்து ஏமாந்ததினலோ என்னவோ, தானே உளங்கனிந்து அவன் கன்னத்தில் முத்தம் பறித்த சம்பவத்திற்குப் பிறகு---ரத்தினம்

அவனைப் பிரிய நேர்ந்தது. அவன் 'மேல் படிப்பு'க்காக டவுனுக்குப் போனான் படித்துப் பாஸ் பண்ணியதும் உத்தியோக வேட்டையில் ஈடுபட்டு, ஏதோ ஒரு வேலை பெற்று எங்கோ ஒரு இடத்திற்குப் போய்ச் சேர்ந்தான். அதன் பின் அவன் அடிக்கடி ஊர் வருவதில்லை. எப்பவாவது வந்தாலும் ரொம்ப நாட்கள் தங்க முடிவதில்லை. தங்கியிருந்த சமயங்களில் ரத்தினத்தை அவன் கவனித்தது உண்டு. என்ன ரத்னம்? சௌக்கியம்தானா? என்று தான் கேட்க முடிந்தது. அவளைக் கேலி செய்து அழவைத்த காலம் போய்விட்டது என்றே தோன்றியது. வாழ்க்கை வெயில் அவன் உள்ளத்தை வதங்கச் செய்து கொண்டிருந்தது.

இந்தச் சமயம் அவன் வந்ததற்கு முக்கிய காரணம் உண்டு. அவன் அங்கு வந்து இரண்டு வருஷங்களுக்கு அதிகமாகவே ஆகியிருக்கும். வேலைத் தொல்லை. ஒய்வு கிடைப்பதில்லை. இதனாலெல்லாம் அவன் அடிக்கடி வந்து போக முடியவில்லை என்பது எல்லோருக்கும் தெரியும்.

'பிள்ளைகளுக்கென்ன வயசு வருதா, போகுதா? அததைச் செய்யவேண்டிய காலத்திலே முடிச்சு வச்சிர வேண்டியது நம்ம கடமை. அப்புறம் அவுக பாடு. ரத்தினத்துக்கும் வயசு பதினெட்டாச்சு, அவனுக்கும் வயசாச்சு. மாப்பிள்ளை கை வசமே இருக்கும்போது காலா காலத்திலே கல்யாணத்தைப் பண்ணாம இருந்தா என்ன அர்த்தம் ?'--- இப்படிக் கேட்டார்கள் ஊர்க்காரர்கள். ரத்தினத்தின் அம்மா இருக்கிறாளே---அவனுடைய அத்தை அவள் அந்தராத்மாவும் நிமிஷத்துக்கு நிமிஷம் இதையே கேட்கத் தொடங்கியது. இனியும் காத்திருப்பது தப்பு என்ற ஞானோதயம் பிறந்ததனால், இந்த வருஷம் எப்படியும் கல்யாணத்தை முடித்துவிட வேண்டியதுதான் என்று தீர்மானித்தாள் அவள்.

அவனுக்கு அவள் தீர்மானத்தை அறிவித்தபோது வழக்கமான 'இப்ப என்ன அவசரம்?' என்கிற பதிலை அனுப்பி வைத்தான். செல்லுபடியாகவில்லை. 'அடுத்த வருஷம் அவசியம் கல்யாணம் செய்து கொள்கிறேன். இப்பொழுது பொருளாதார நிலை சரியாக இல்லை' என்ற காரணம் கூறி அவன் வழ வழ யென நாலைந்து பக்கம் எழுதினான். அவனுடைய பொருளாதார மாந்தத்துக்கு ஒரு விளக்கெண்ணெய் சிகிச்சையை பலமாகச் சிபாரிசு செய்தாள் அத்தை.

உன் இஷ்டம்போல் கல்யாணத்தை அடுத்த வருஷமே வைத்துக் கொள்ளலாம். ரத்னத்தின் ஜாதகத்தைப் பார்த்ததில் இப்பொழுது நிச்சயதார்த்தமாவது செய்து விடவேணுமென்று சொல்லுது ஊர்க்காரர்களும் சொல்லுகிறார்கள். நாளைக்கு நாலு பேரு நாலைச் சொல்லும்படி ஆகிவிடப்படாது. அதனாலே அவசியம் உடனே புறப்பட்டு வரவேண்டியது. மற்றவை நேரில்'- இந்த விஷயத்தை தனக்கே உரிய 'வழவழா கொழ கொழா'ப் பாணியில் மூன்றரைப் பக்கக் கடிதமாக எழுதச் செய்து அனுப்பி விட்டாள்,

'அத்தை சொல்வதும் சரிதான். இந்த வருஷம் நிச்சயம் செய்து விட்டு, பிறகு கல்யாணத்தை முடித்துக் கொள்ளலாம். ஊருக்குப்போயிட்டு வந்ததும் நாளாச்சுல்லா. 'போவமே' என்று புறப்பட்டு விட்டான்.

வழியெல்லாம் அத்தை மகள் ரத்தினத்தைத் தவிர வேறு யாரைப்பற்றி, அல்லது எதைப்பற்றி, அவனால் எண்ண முடியும்?

இங்கு வந்தால் அவள் 'கண்ணாமூச்சி' விளையாடுகிறாள் பாருமேன் என்று அலுத்துக் கொண்டது மனம்.

3

சுந்தரம் உண்ட கிரக்கத்தினால் கண்மூடிக் கிடந்த போது கனவுக் குரல் போல் ஒலித்தது. 'இவர்தான். அத்தான். இவர் ரொம்ப நல்லவர். இவர் இன்றுதான் இங்கு வந்தார்' என்ற பேச்சு.

மன ஆழத்திலே அமுங்கிக் கிடந்த பழங்கால நினைவின் கனவு விழிப்போ என்று நினைத்த சுந்தரம் கண்களைத் திறந்தான். 'களுக்'குச் சிரிப்பு உதிர்ந்தது அந்த அறையில், கைவளைகள் கட்டியம் கூறின, கன்னி ஒருத்தி அங்கு நிற்கிறாள் என்று.

அவன் கவனித்தான். ஏமாறவில்லை. அவள்தான் நின்றாள், எழில் நிறைந்த காவியமாய்; சிரிப்பு சிந்தும் உயிர் ஓவியமாய் !

அவன் எழுந்து உட்கார்ந்தான். சிரித்தபடி 'அழகுத் தெய்வம் மனமிரங்கி அருள்புரிய வந்துவிட்டது. போலிருக்கிறதே ! திவ்ய தரிசனம் தரலாகாதா என்று நான் பாடவேணுமோ என்று எண்ணினேன். எப்படிப் பாடுவது என்றுதான் தெரியவில்லை' என்றான்.

முகம் புதுமலர் போல் சோபிக்க, அவள் தலை குனிந்து நின்றாள். அவள் அழகை விழுங்கியவாறு அவன் சொன்னான்; சத்தம் கேட்டதும், சொப்பனமோ என்றுதான் நினைத்தேன். பிறகுதான் புரிந்தது நீ அதை மறக்கவேயில்லை போலிருக்கு?'

'எப்படி மறக்கமுடியும்? நீங்கள்தான் என்னை மறந்துவிட்டீர்கள்' என்றாள் அவள், கோணப்பார்வையை கண்களில் நோக்கி. அவள் கைவிரல்கள் வளையல்களோடு விளையாடிக்கொண்டிருந்தன.

'ஹஹ், மறக்கிறதாவது?'

'மறக்காமல் இருந்ததனால்தான்.இவ்வளவு சீக்கிரம் வந்தீர்களாக்கும் !'

'பின்னே! இல்லைன்னா இன்னும் ஒரு வருஷமோ ரெண்டு வருஷமோ கழிச்சுத்தானே வருவேன். அநேகமா வராமலே போனுலும் போயிருப்பேனே!' என்றான் அவன் குறும்பாக.

'அடா அடா! என்ன கருணை ! எவ்வளவு அன்பு !' என்று பரிகாசம் பேசினாள் அவள், அழகாகத் தலையசைத்து.

'அது சரி, ரத்னம், இப்ப இவர் ரொம்ப நல்லவர்னு பாடம் படித்தாயே ! முந்தி மாதிரி நான் முழிக்காமல் கண்ணை மூடிக்கிட்டே யிருந்தால் நீ முன்பு செய்தது போலவே,,....'

'போங்க! என்று கொஞ்சும் குரலில் குழறினாள் கோதை ரோஜாப் பூ மாதிரித் திகழ்ந்த அவள் கன்னங்கள் செம்பருத்திப்பூ ஆகிவிட்டன, வெட்க மிகுதி யினால். அவள் புன்னகை நெளிந்த உதடுகளைக் கடித்துக் கொண்டே, கள்ளவிழிப் பார்வை சிந்தி, வளைக் கலகலப்பு சிதறி, 'பாதரசம் சலிங்--ஜலிங்' என இசை பாடத் துள்ளி ஓடி மறைந்தாள் ரத்தினம்.

அவள் செல்லும் ஒயிலை ரசித்திருந்த சுந்தரம் "ஐயோ அவளைத் துரத்திவிட்டேனே! இன்னும் கொஞ்சநேரம் நின்று இனிமையாகப் பேசியிருப்பாளே'' என்று வருந்தினான். 'அவள் அதை மறக்கவில்லை பார்த்தியா!.., ஆமாம். அவள் கேட்டது சரி. எப்படி மறக்கமுடியும்? ஒவ்வொரு சிறு நிகழ்ச்சியும் என் நினைவில் பசியதாய் பதிந்துள்ளதே. அவள் மனதில் இன்னும் அழுத்தமாகப் படிந்திருக்கும்' என்று நினைத்தான்.

'இப்பொழுது அவள் முகம் செக்கச் சிவந்து செவ்வரளிப்பூ மாதிரி ஆச்சுதே. அதே மாதிரித்தான் முன்பும் ஒரு சமயம் அவள் முகம் சிவந்தது. ஆனால் முன்பு இவ்வளவு அழகாகச் சோபித்திருக்கவில்லை அத் தோற்றம்,....உம், அதை அவளும் மறந்திருக்க முடியாதுதான்' என்று எண்ணம் அசைந்து உருண்டது.

அதை அவளும் எண்ணிப் பார்த்தது உண்டு.

அப்போது அவளுக்குப் பதினான்கு வயது. அவனுக்குப் பதினேழோ என்னவோ, பள்ளிப்படிப்பை முடித்துக் கட்டிவிட்டு வேலையற்றிருந்த இடைக்காலம் அது. அவர்கள் வீட்டுத் தோட்டம்தான் காட்சி நிகழ்ந்த இடம். பல பெண்களும் இரண்டு மூன்று சிறுவர்களும் விளையாடிக்கொண்டிருக்தார்கள். அவன் சுவர் ஓரத்தில் கிடந்த நாற்காலியில் அமர்ந்து வேடிக்கை பார்த்தான். விளையாடிக்கொண்டிருந்த ரத்தினம் ஆட்டத்திலிருந்து விலக நேர்ந்தது விலகிய அவள் தனியாக நின்றிருக்கலாம். அல்லது வேறு எங்காவது உட்கார்ந்திருக்கலாம். ஆனால் அவள் என்ன செய்தாள்? அவன் அருகில் காலியாகக் கிடந்த நாற்காலியில் வந்து உட்கார்ந்தாள். சுகமாகச் சாய்ந்து கால்களை

ஆட்டிக்கொண்டிருந்தாள். அவன் தவறாக எதுவும் நினைக்கவில்லை. அவளும் விபரீதமாக எதுவும் எண்ணவில்லை. ஆயினும், ஆடிக்கொண்டிருக்த பெண்களில் ஒரு பெண் விளையாட்டாகக் கத்தினாள்: 'ஒஹோ, பொண்ணு மாப்பிளே!; பொண்ணும் மாப்பிள்ளையும் உட்கார்ந்தாச்சு. பாலும் பழமும் எடுத்து வாங்கோ. பாலும் பழமும் கொடுங்கோ பொண்ணுக்கும் மாப்பிள்ளைக்கும் !' மற்றப் பிள்ளைகளும் கைகொட்டிச் சிரித்து ஆரவாரித்தன. அவன் அவளைப் பார்த்தான். அவள் முகத்தில் 'குப்'பென்று ரத்தம் கட்டிவிட்டது. வெட்கம். எனினும் அவள் எழுந்து ஓடவில்லே. நகரவேயில்லை. ஆமா, அப்படித்தான். என்ன செய்யணுமுங்கே ?' என்றாள்--- நிதானமான குரலில், 'அஞ்சும் மூணும் எட்டு' என்றான் ஒரு பயல், 'அத்தை மகளைக் கட்டு'' என்றது வேறொரு குரல். 'பொண்ணு--- மாப்பிள்ளை' என்று கேலியைத் துவக்கி வைத்தவள்; 'அத்தை மகனைக் கட்டு, நீ அத்தை மகனைக் கட்டிக்கோ' என்று கத்தினாள். அவள் முகம் அதிகம் சிவந்தது. சிவந்த முகத்திலே வெட்கம் தீட்டிய சிவப்பு நன்றாகப் பளிச்சிட்டது. அப்பொழுது கூட அவள் எழுந்திருக்கவில்லை. அவனைப் பார்த்தாள். அவனுக்கோ மிகுந்த சங்கடம். 'போங்கடி மூதேவிகளா!' என்று சீறியபடி எழுந்தான். அவன் அடிக்க வருகிறான் என்று எண்ணிய பெண்கள் சிதறி ஓடினார்கள். அவனோ மௌனமாக வெளியேறினான்....

அதை அவன் மறக்கமுடியாது.

அவளும் மறக்கவில்லை. 'பொண்ணும் மாப்பிள்ளையும்தான். அதற்கென்ன ?' என்றுதான் அவள் உள்ளம் கேட்கும். வாழ்வில் அவனும் அவளும்

கணவனும் மனைவியுமாக வேண்டியவர்கள்---ஆகப் போகிறவர்கள் என்று உறுதிப்படுத்த 'நிச்சயதார்த்தம்' நடந்த சுபவேளையிலே அவன் முந்திய நிகழ்ச்சியை நினைத்துக் கொண்டான். அவன் மன அரங்கிலும் அந்நினைவு நிழலாடியது. அவள் வெற்றிச்சிரிப்புடன் அவனை நோக்கினாள். அவன் கண்கள் அவளை ரசித்தன. அவன் சிரித்தான்.

4

ஒரு வாரம் அத்தை வீட்டில் தங்கியிருந்தான் சுந்தரம். அந்த ஏழுநாட்களும் எவ்வளவு மனோகரமானவை! அவற்றையும் அவன் என்றுமே மறக்கமுடியாது. அவளுக்கும் பொன்னான தினங்கள்தான் அவை.

பார்வைகள் எத்தனை! கள்ளச் சிரிப்புகள் எத்தனை எத்தனை! அலுவல்களிடையே அமைதியாகத் தனிமையில் கண்டு பேசி மகிழ அவள் சிருஷ்டித்துக்கொண்ட சந்திப்புகள்தான் எத்தனை! பேச முடியாதபோதும் அவள் உருவம் சதா அவன் கண்களில் பட்டுக்கொண் டிருக்கும். வந்த தினத்தன்று பார்வையில் படாமல் பதுங்கிய பாவையும் இவள்தானா என்ற ஐயம் அவனுக்கு இயல்பாகப் பிறந்தது.

ரத்தினத்தின் உற்சாகத்துக்கு அளவே கிடையாது. துள்ளித் திரிந்தாள். மகிழ்வின் மிகையால் உல்லாசப் பாட்டிழுத்தாள். காரணமில்லாமல் சிரித்தாள். தானிருப்பதை அவனுக்கு உணர்த்திக் கொண்டேயிருந்தாள். எதிர் வந்து காட்சி தர இயலாமல் போகும்போதெல்லாம் அவள் காலணிகள் கவிதை பேசும். கைவளைகள் நீரூற்றுச் சலசலச் சிரிப்பு உள்ளத்தில் குளுமை பாய்ச்ச முயலும்.

அவள் அவன் அருகே வருவாள். அவன் கை நீட்டித் தொட முயலும்போது துள்ளி விலகிவிடுவாள், சின்னஞ்சிறு சிட்டுப் போல. அவன் தனியாக இருக்கும்போது நின்று பேச வருவாள். 'ரத்னம்' முன்பு செய்ததுபோல் இப்போ ஏன் துணியவில்லை?' என்று

அவன் கேட்கவும் வெட்கத்தைச் சுமந்து வேகமாக வெளியேறுவாள். அவளை அவனால் புரிந்துகொள்ள முடியவில்லை.

அவர்களை பற்றி மற்றவர்கள் சந்தேகம் கொள்வதுமில்லை. 'சின்னஞ்சிறுசிலே யிருந்து ஒண்ணா வளர்ந்ததுக அத்தை புள்ளே, அம்மான் புள்ளைக. சும்மா சிரிச்சு பேசி விளையாடுவது சகஜம்தானே என்ற தாராள மனோபாவம் அவர்கள் பண்பில் அசையாத நம்பிக்கை. பிறர் நம்பிக்கைக்குக் குந்தகம் விளைவிக்கவில்லை அவர்களிருவரும்.

சுந்தரம் ஊருக்குப் புறப்பட்டபோது, அத்தை சொன்னாள்; 'என்னயிருந்தாலும் இன்னும் ஒரு வருஷம் போகணும்னு மெத்தனமா யிருந்திராதே. எவ்வளவு சீக்கிரமாக் கல்யாண முகூர்த்தத்திற்கு ஏற்பாடு பண்ண முடியுமோ, அதற்கு வழியைப் பாரு............'

அவனும் சரி என்று தலையாட்டி வைத்தான். அவன் கிளம்பும் முன் ரத்தினம் அவனைத் தனியாகச் சந்தித்தாள்.

'அத்தான் !'

அவள் குரல் தழதழத்தது, அவள் தொண்டையில் துயரம் திரண்டு உருண்டது போலிருந்தது. அவளால் பேச முடியவில்லை.

அவன் அவள் அருகில் வந்தான். அவள் கொஞ்சம் முன் நகர்ந்தாள். அவன் அவள் கைகளைப் பற்றினான். அவள்

அவனையே பார்த்து நின்றாள். தன் கண்ணில் கண்ணிட்டு அசையாது நின்ற ரத்தினத்தையே கவனித்திருந்த அவன் எதிர்பார்க்கவில்லை. அவள் உணர்ச்சியோடு அவனைப்பற்றி முத்தமிட்டாள். சுவைக்கக்காத்திருந்த பழச்சுளை உதடுகளின் ருசியைப் பருகினான் அவனும், அழுத்தமாக முத்தம் பதித்து.

உணர்ச்சிச் சுழிப்பு தன்னை மறந்த லயந்தன்னில் ஆழ்த்திவிடுவதற்கு முன்பாக அவள் விழிப்புற்று, விலகிக்கொண்டாள். வாசல் அருகே போய் நின்று அவனையே கவனித்தாள். ஒளி மிகுந்த கண்களில் பனி படர்ந்தது. பொங்கிவரும் அழுகையை அடக்க முயன்றுகொண்டிருந்தாள் அவள். தோல்விதான் அவளுக்கு.

'ரத்னம் '

அவன் உணர்ச்சி நிறைவோடு அழைத்து முன்வந்தான்.

'அத்தான் !' என்றாள். அதற்குமேல் அவளால் அங்கு நிற்க முடியவில்லை. மறைந்துவிட்டாள். அந் நிகழ்ச்சி அவன் இதயத்தைத் தொட்டது. இந்த நிலையை ரொம்ப நாள் நீடிக்க விடக்கூடாது. எவ்வளவு சீக்கிரம் முடியுமோ, அவ்வளவு துரிதமாக வாழ்வின் புது மலர்ச்சிக்கு தளம் அமைத்தாக வேண்டும் என்று உள்ளத்தில் உறுதி பூண்டு கிளம்பினான் அவன்.

வண்டியிலேறும் வரை----வண்டி நகரும் வரையிலும்--- ஜன்னலின் பின் நின்று வழியனுப்பிய நீர் நிறைந்த நீள் இமைக் கருவிழிகளையும், விடியற்காலச் சந்திரன் போல்

வெளிறியிருந்த முகத்தையும் அவன் மறக்கமுடியாது. என்றுமே மறக்க இயலாது.

அந்த உலவும் கவிதை தனக்கு உரியவள்; அவள் என்றும் தன் வாழ்விலே இனிமை கூட்டக் காத்திருப்பவள்; அவளைத் தனித்திருக்க விட்டு அவள் வாழ்வையும் தன் வாழ்வையும் உயிரற்றதாய் வறளடிக்கக்கூடாது; காலத் தென்றலின் கிளுகிளுப்போடு இன்ப மலர்ச்சியும் மணமும் பெற்றுத் திகழச் சிலிர்த்து நிற்கும் அரும்பு விரைவிலேயே முழு மலர்ச்சியும் ஏற்று மிளிரத் தன்னால் ஆனதைத் துரிதமாகச் செய்ய வேண்டும்.

பல பல எண்ணினான் அவன்.

என்ன எண்ணி என்ன செய்ய? எண்ணமெல்லாம் பூரணமாக உருப்பெற்றுவிட வசதிகள் இருக்கின்றனவா இந்த வாழ்க்கையிலே ?

இந்தப் பொது நியதி நிறைந்துள்ள உலகில் உழலும் மனிதர்களில் ஒரு மனிதன்தானே சுந்தரமும். அவன் எண்ணியது நிறைவேறாமல் போனதில் வியப்பில்லை அவனுக்கு. ஆற்றமுடியாத இதயவேதனைதான் ஏற்பட்டது காலப்போக்கிலே. .

5

காலம் தன்னை ஏமாற்றிவிடும் என்று எண்ணியவனல்ல அவன். காலம் கிடக்கட்டும்! தன் அன்புக்கு உரிய---தன் மீது அளவற்ற ஆசை கொண்டிருந்த அத்தை மகள் ரத்தினம் தன்னை இப்படி வஞ்சித்துவிடுவாள் என்று அவன் சொப்பனம் கூடக் கண்டதில்லை. காலம் அவளை மாற்றிவிடும் என்று அவன் நினைத்ததில்லை. யாராவது அவ்விதம் சொல்லியிருந்தாலும் அவன் நம்பியிருக்கமாட்டான்.

காலம் கைதேர்ந்த மருத்துவன் என்கிறார்கள். அதே காலம் பெரிய காயங்களையும் உண்டாக்கி விடுகிறது. என்பதையும் ஒப்புக்கொள்ளத்தானே வேண்டும்?

பார்க்கப்போனால், காலத்தை மட்டும் பழித்துத் தான் என்ன பயன்? மனிதர்களின் செயல்களும் எண்ண்ங்களும் தானே ஒவ்வொருவரையும்---பலரையும்---பலவிதமாகப் படுத்தி வைக்கின்றன?

மனிதன் பொறுப்பைத் தட்டிக் கழிக்கவே விரும்புகிறான். தவறுதலின் சுமையை யார் தலையிலாவது --- அல்லது எதன் மீதாவது --- சுமத்தி விடத் தயாராக இருக்கிறான். அவனுக்குக் கை கொடுக்கின்றன. கடவுள், தலைவிதி, காலம் என்பவையெல்லாம்.

இவற்றின் மீது பாரத்தைப் போட்டுவிட்டு தம் பொறுப்பை---தம் செயல்களின் விளைவை---மறந்துவிட முயல்கிறவர்களையும், பிறரைக் குறை

கூறிக்கொண்டிருப்பவர்களையுமே அதிகம் காண முடிகிறது எங்கும்.

சுந்தரம் காலத்தின் மீது பழி சொன்னான். அவனுடைய அத்தை 'எல்லாம் தலைவிதி. இப்படி நடக்கணும்னு கடவுள் எழுதி வச்சிட்டானே. அது நடக்காமல் தீருமா? இல்லைன்னா கழுதைக்கு இப்படிப் புத்தி கெட்டுத்தான் போகுமா?' என்று புலம்பினாள்.

ரத்தினம்?

அவள் எதுவும் சொல்லவில்லை. அவளால் தவிர்க்க முடியவில்லை. அந்தச் சூழ்நிலையில் அவளால் செய்ய முடிந்தது அதுதான். அதன்படி----தன் உணர்ச்சிகள் இழுத்த இழுப்பிலே----சென்றுவிட்டாள் அவள். அவள் மனப்பண்பை ஆராயத் துணிகிறவர்கள் அவள் செயலுக்கு உணர்ச்சியின் பிசகு, பருவத்தின் பிசகு என்று ஏதாவது பெயரிடலாம்.

ஆனால் யாருமே காரண காரியத் தொடர்புகளை ஆராயத் தயாராக இல்லை. அதனால் காலத்தின் மீது பழியைப் போட்டார்கள்.

'காலம் போற போக்குடீ யம்மா, காலம் போற போக்கு!'-----காலம் கெட்டுப்போச்சு, வேறே யாரையும் குத்தம் சொல்லிப் பிரயோசனமில்லே' என்ற ரீதியிலே பேசினார்கள்.

என்ன நடந்தது?

காலம் ஓடிக்கொண்டிருந்தது.

சுந்தரம் தன் அத்தை மகளுடன்---தனது வாழ்க்கைத் துணைவியாக நிச்சயிக்கப்பட்ட ரத்தினத்துடன்----இன்ப வாழ்வு வாழ வேண்டும் என்று கனவு கண்டு வந்ததில் குறையில்லை. ஆனால் சந்தர்ப்பங்கள் துணை புரியவில்லை, .

நிலைமை மோசமாகிக் கொண்டே வந்தது. எவ்வளவு உழைத்தும் பயனில்லை, அவன் வாழ்வில் வரட்சி---படுவரட்சி, அவன் வசந்தத்தின் வருகைக் காகக் காத்திருந்தான். வசந்தப் பசுமையின் சாயை கூட அவன் வாழ்வு வெளியிலே படிய வழியில்லை.

ஒரு வருஷம்---ஒன்றரை வருஷம்---இரண்டு வருஷங்கள் கூட ஓடிப்போயின.

அவன் அத்தை அவசரப்படுத்தினாள். கடிதத்தின் மேல் கடிதம் எழுதினாள். கெஞ்சியும் மிஞ்சியும், சீறியும் சினந்தும் சிரித்தும் குறை கூறியும் எழுதினாள். எப்படி எழுதினால்தான் என்ன? வாழ்வின் கடும்வெயில் அவனைக் கருக்கிக் கொண்டிருந்தது. அதனால் அவன் வேறு எதுவும் செய்வது சாத்தியமேயில்லை. அவனுக்கு ஆசையில்லாமலாபோயிற்று ? வழி தென்படவில்லேயே!

ஆசைக் கனவுகளை வளர்த்து வந்தாள் ரத்தினம். இன்பம் பூத்துக் குலுங்கும் எதிர்காலச் சோலையே அவள் நினைவு. அத்தானுடன் வாழப்போகிற இன்ப வாழ்வின் பலரகத் தோற்றங்களே அவள் கண்ட கனவு. அவள் திட்டங்களிட்டாள். கற்பனைச் சோலையில் இன்பச்

சிறகு பரப்பி ஆனந்தமாக நீந்தும் சிறு கிளி அவள். நிகழ்காலத்தின் கானல் அவளுக்குத் தெரியாது. இனி வரவிருக்கும் வசந்தத்தின் குளுமைதான் அவளுக்குப் புரிந்திருந்தது. பிடித்திருந்தது.

காலம் அவள் கனவுக்குத் துணைசெய்யாமல் வாய்தாப் போட்டுக் கொண்டிருந்தது. போகட்டும்---இன்னும் போகட்டும் இன்னம் கொஞ்சநாள் போகட்டுமே!' என்று காலத்தை ஏலத்தில் விட்டு வந்ததை அவள் விரும்பவில்லை. சகித்துக்கொள்ள முடியவில்லை.

பதினெட்டு---பத்தொன்பது----இருபது வயசு ஏறி வந்தது. எனினும் அவள் தனியள். அவளுக்காக அத்தான் இருந்தான். ஆனாலும் அவளது இளமை வதங்கி வாடியது, கவனிப்பற்று. அவளுக்குக் கல்யாணம் உண்டு என்று நிச்சயம் செய்தாயிற்று. ஆயினும் வாழ்வில் மலர்ச்சி பிறக்கவில்லை. . தனிமையில் கிடந்து புழுங்கினாள். புகைந்தாள். குமுறினாள். குமைத்தாள். பெருமூச்செறிந்து கருகினாள், மெலிந்தாள், ஏங்கினாள்.

அவளுக்கு அத்தானின் போக்கு அலுப்பு கொடுத்தது. விரக்தி ஏற்படுத்தியது. அவன் மீது வெறுப்பு உண்டாக்கியது. கசப்பை வளர்த்தது.

அவள் பெண். இளம் பருவ மங்கை. உணர்ச்சிகளின் உயிர்ப்பு.

அவள் உணர்ச்சிகளை யாரும் கௌரவிக்கவில்லை. அவளுடைய அத்தான் அவள் வாழ்வில் இனிமை சேர்க்கும் தென்றலாய் விளங்கவில்லை. வறட்சி வீசும் அனல் காற்றாகவே திகழ்ந்தான். அவள் அன்னை தன்

மகளும் நாலுபேரைப்போல் நன்றாக வாழவேணும் என்று ஆசைப்பட்டாள். குழந்தையும் குடும்பமுமாக அவள் சிறப்புற வேணும் என விரும்பினாள். தன் சொந்த மருமகனுக்கே---முறை மாப்பிள்ளைக்கே---அவளை உரியவளாக்க முயன்றாள். அவளால் இயன்றதைச் செய்தாள். ஆனால் 'அவன் அப்படியிருக்கிறானே. யாருக்கோ வந்த விருந்து மாதிரி' என்று குறைபட்டுக் கொள்ளத்தான் முடிந்தது அவளால்.

பெருமூச்செறிந்து குமைந்து வதங்கிய பருவ மங்கையின் குறு குறு கண்கள் எங்கும் சுழன்றன, தேன் தேடித் திரியும் வண்டுகள் போல, அவளை ஜன்னலோரத்தில் காணமுடிந்தது. தெருவாசலில் நிற்பதைப் பார்க்க முடிந்தது மாடியில் நின்று எதிர்மாடி ஜன்னலில் கண் தூண்டில் வீசிக் காத்திருப்பதை உணர முடிந்தது பலரால்.

அவள் தாய் புத்திமதிகளும் போதனைகளும் சொல்வது அதிகரித்தது கட்டுப்பாடுகள் கூட அதிகமாயின. மகள் பருவமெய்திப் பல வருஷங்களாகி விட்டன ; இதற்குள் கல்யாணமாகி யிருந்தால் பேரன் பேத்திகள் கண்டிருக்கலாம். அவள் வாழ்க்கை இப்படி வீணாகுதே என்று தாய் பெருமூச் செறிவாள்.

தன் பருவமெல்லாம் பாழாகுதே என மகள் நெடுமூச்செறிவதும் அதிகமாயிற்று. வளரும் கொடி பற்றுக் கோல் நாடி மென்கரம் பரப்பி அசைந்து அசைந்து அகப்பட்டதைப் பிடித்துக்கொள்வதுபோல், அவளும்--தனியாகத் துவண்டு வாடும் கன்னி---தன் உணர்ச்சியின் துண்டுதலின் படி நடக்கத் துணிந்தாள்.

ஆகவே, ஒரு நாள் அவளைக் காணமுடியாமல் போயிற்று. அதே தினத்தன்று அடுத்த வீட்டுப் பெரிய பிள்ளைவாள் மகனையும் காணோம் !

அவனுக்கு வயது முப்பதிருக்கும். கல்யாணமாகி மனைவி செத்து, மறு விவாகம் செய்து கொள்ளாமல் தறுதலையாகத் திரிந்தவன் அவன். அவன் பார்வை, கணவனுக்கும் கல்யாணத்துக்கும் காத்திருந்த பாவை மீது பாய்ந்தது. பசியால் புரண்ட அவள் பார்வை அவன் கண்களைக் கவ்வியது.

பார்வைப் பரிவர்த்தனை பிறந்தது. வளர்ந்தது. செழித்தது. சிரிப்பு விளைந்தது. பேச்சு மலர இடமளித்தது. உறவு பூத்தது. மறைவில் வளர்ந்தது. இப்படி எவ்வளவு காலமோ !

அது அவள் தாய்க்குக்கூடத் தெரியாது. திடீரென்று ஒருநாள் காலையில் மகளைக் காணோம்; வாசல் கதவு திறந்து கிடக்கிறது என்றதும் தான் 'திக்' கென்றது. -

சில தினங்களாக அவள் மகளை அதிகம் கண்டித்து வந்தாள். காரணம், 'ஜாடைமாடையாக' உணர ஆரம்பித்திருந்தாள் மகளின் மாற்றத்தை. சதா அடுத்த வீட்டு மாடி ஜன்னலை நோக்கி அவள் தவம் கிடப்பதும், அங்கே 'அந்தத் தடியன் முழிச்சுக்கிட்டும் இளிச்சுக்கிட்டு நிற்பதும் நல்லதுக்கில்லே' என்று பட்டது அவளுக்கு. அவள் என்ன செய்யமுடியும்? மகளைக் கண்டிக்கலாம். புத்தி சொல்லலாம். அவ்வளவுதானே!

அவளறியாமலே மகளுக்கும் பக்கத்து வீட்டுச் சாமிநாதனுக்கும் நட்பு மலர் பூத்து உறவுக் காய்

தோன்றியிருந்தது. பருவம் கன்னியை ஆட்டிவைத்தது. உணர்ச்சி அவளைப் படுத்தி வந்தது.

தனக்கே உரிய---தன்னை அன்னவனுக்கு உரியவளாக்கி விடத் துணைபுரியும்---வைடூர்யக் கண் வண்டு இசை பாடி வரும் என்று காத்துக் காத்து வதங்குகிற மலர், காற்றோடு களிவெறிக் கானம்பாடி வந்து உறவு கொண்டாடத் தயங்காத எந்த வண்டையும் வரவேற்பது இயற்கைதானே ?

அது தான் நடந்தது அவள் வாழ்விலும்.

தாயின் கண்காணிப்பு வெறும் தொல்லையாகத் தோன்றியது. புதிதாக வந்த அன்பனிடம் சொன்னாள். “இத்தகைய தொல்லைகள் எதுவுமே இல்லாத இடத்துக்குப்போய் விடுவோமே' என்று ஆசை காட்டினான் அவன்.

'எங்கே போவது ?'

'எங்காவது ! உன்னையும் என்னையும் தன்னுள் ஐக்கியமாக்கிக் கொள்கிற ----நீ இன்னவள், நான் இன்னான் என இனம் பிரித்துக் காட்டும் பேத உணர்வின் சிறு அலைக்குக்கூட இடமில்லாத---மானிட சமுத்திரம் அவசர நாகரிகவேகத்திலே அலைமோதும் எந்தப் பட்டணத்துக்காவது தான்.'

"நம்மை நாமே இழந்து விடுவதற்காகவா?' என்று கேட்டாள் அவள்.

'இல்லை. நம்மில் நாமே நமக்காக வாழ்வதற்குத்தான். அத்தகையச் சூழ் நிலையின் நடுவிலே நமக்கெனத் தேர்ந்த தனி வீட்டில் எனக்குத் துணை நீ; உனக்குத் துணை நான் என்று வசிக்கும் பாக்கியம் எத்தகைய இன்ப வாழ்வாக இருக்கும் தெரியுமா?

அவன் சொல்லில் அவளுக்கு நம்பிக்கை பிறந்தது. அவள் தன் அத்தானுடன் வாழக் கனவு கண்டிருந்த நிலை அத்தகையது தானே. அவனுக்கு அவள். அவளுக்கு அவன்- அவளுடைய அவன். அவனுடைய அவள். வேறு யாருக்கும் இடமில்லே. குழந்தை? ஓ! அதைப்பற்றி யோசிக்க எவ்வளவோ காலமிருக்கிறது...

இப்படி மனக்கோலமிட்டு வந்தவள் அவள். அவள் இட்டகோலம் அழிந்துவிடும் போலிருந்தது. அழியாது, அழியக்கூடாது என்று புதுப் புள்ளி குத்த வந்த துணைக்கரம்போல் குறுக்கிட்டான் சாமிநாதன்.

ஆகவே அந்த ஊரின் ஜனத்தொகையில் இரு நபர் குறைவு ஏற்பட்டது.

ஒன்று அவன். மற்றது அவள்...சாமிநாதன்-ரத்தினம்.

விஷயம் தெரிந்ததும் விதவிதமான விமர்சனங்கள் பிறக்காமலா போகும் !

'தெரியுமே! அந்தப் பெண் அலைந்த அலைச்சலில் இப்படி ஏதாவது நடக்கும்னு நல்லாத்தெரியும்'... "இதுக்குத்தான் எதையுமே காலா காலத்திலே செய்து முடிச்சிடனும்கிறது'... அது எப்பவுமே ஒரு மாதிரித்தான்,

சின்ன வயசிலேயிருந்து தன் போக்காகவே வளர்த்தது. அகம்பாவம் புடிச்ச மூதி'. !

பேச்சுக்குக் குறைவில்லே!

கந்தரத்துக்கும் விஷயம் தெரியாமல் போகுமா ?

அவன் இதயத்திலே கடுமையான வடு ஏற்பட்டது. 'ரத்னம் இப்படியா செய்து விட்டாள்? ரத்னமா ? நம்பமுடியலேயே... வேதனைக்குளவி அவன் இதயத்தில் கொட்டிக் குடையத் தொடங்கியது. கடைசிச் சந்திப்பில் அவள் நடந்து கொண்டது, அவளது அன்பு அணைப்பு...அழுகை படிந்த முகம். கண்ணீர் முத்துக்களும் கண்களும்-எல்லாம் நெஞ்சைக் குத்தும் நினைவு ஈட்டிகளாயின.

சிறு வயதில் அவள் துடுக்குத்தனமாக முத்தமிட்டதும், பக்கத்தில் வந்து உட்கார்ந்ததனால் பெண்கள் கிண்டல் செய்யவும் அவள் சீற்றமாக பதில் சொன்னதும் அவன் நினைவில் குமிழிட்டன.

'ஆமாம். அவள் ஒரு மாதிரித்தான்' என்று கூறியது மனம்.

அவளே அவன் கேலி செய்து அழ வைத்தது நினைவில் எழுந்தது. அவற்றுக்கெல்லாம் வஞ்சகம் தீர்த்துக் கொண்டாளோ என்னவோ-இப்பொழுது இப்படி நடந்து என்னை அழவைத்து?.....

'அஞ்சும் மூணும் எட்டு.... அத்தை மகளை...சே, இதை நினைப்பானேன்? அத்தை மகள் லட்சணம் தான் ஊர்

சிரிக்குதே-ஆமாம், ஊர் சிரிக்கத்தான் செய்யும். சின்னப்பயல்கள் கத்துவார்களே - காத்திருந்தவன் பெண்டாட்டியை நேத்து வந்தவன் கொண்டுபோனான் என்று-அதைச்சொல்லிச் சிரிப்பார்கள்-என்ன செய்ய முடியும் என்னால் எல்லாம் காலம் செய்து வைப்பது தானே....'

அவன் சுடுமூச்சு உயிர்த்தான். இதய வேதனையை ஆற்றிக்கொள்ள அழுவதும் பெருமூச்செறிவதும் தவிர வேறு ஏதாவது வழி இருக்கிறதா என்ன ?

இருந்தாலும் இருக்கலாம், ஆனால் அது அவனுக்குத் தெரியாது.

முடிந்தே விட்டது !

★ ★ ★

www.ingramcontent.com/pod-product-compliance
Lightning Source LLC
LaVergne TN
LVHW010100061026
849532LV00005BA/1865